# ફર્સ્ટ પિક્ચર ડિક્શનરી
# પ્રાણીઓ
# First Picture Dictionary
# Animals

ડૂક્કર
Pig

સસલું
Rabbit

પતંગિયું
Butterfly

શિયાળ
Fox

અન્ના ઈવાનિર દ્વારા ચિત્રિત

www.kidkiddos.com
Copyright ©2025 by KidKiddos Books Ltd.
support@kidkiddos.com

All rights reserved. No part of this book may be reproduced in any form or by any electronic or mechanical means, including information storage and retrieval systems, without written permission from the publisher, except in the case of a reviewer, who may quote brief passages embodied in critical articles or in a review.
First edition, 2025

**Library and Archives Canada Cataloguing in Publication**
First Picture Dictionary – Animals (Gujarati English Bilingual edition)
ISBN: 978-1-83416-555-4 paperback
ISBN: 978-1-83416-556-1 hardcover
ISBN: 978-1-83416-554-7 eBook

# જંગલી પ્રાણીઓ
# **Wild Animals**

સિંહ
Lion

વાઘ
Tiger

જિરાફ
Giraffe

✦જિરાફ જમીન પરનું સૌથી ઊંચું પ્રાણી છે.

✦*A giraffe is the tallest animal on land.*

હાથી
Elephant

વાંદરું
Monkey

રીંછ
Bear

કંગારૂ
Kangaroo

મગર
Crocodile

ઊંટ
Camel

ઝેબ્રા
Zebra

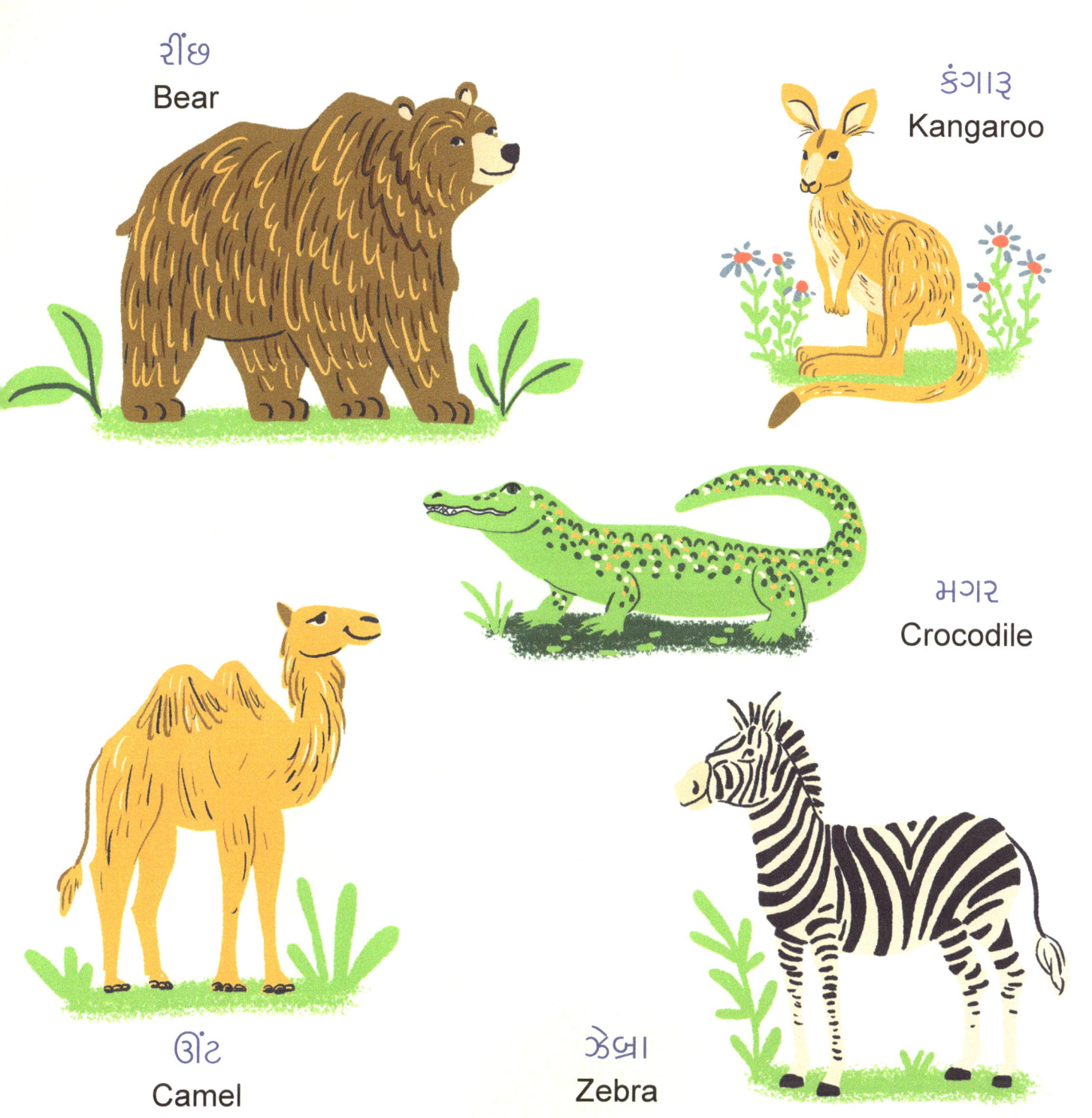

# જંગલી પ્રાણીઓ
## Wild Animals

હિપોપોટેમસ
Hippopotamus

પાંડા
Panda

શિયાળ
Fox

ગેંડો
Rhino

હરણ
Deer

મૂસ
Moose

વરુ
Wolf

✦મૂસ શ્રેષ્ઠ તરવૈયા હોય છે, અને વનસ્પતિ ખાવા માટે તે પાણીની સપાટીની નીચે પણ જાય છે!
✦A moose is a great swimmer and can dive underwater to eat plants!

ખિસકોલી
Squirrel

કોઆલા
Koala

✦ખિસકોલી શિયાળા માટે બીજ છુપાવે છે, પણ ક્યારેક ભૂલી જાય છે કે તે ક્યાં રાખ્યા હતા!
✦A squirrel hides nuts for winter, but sometimes forgets where it put them!

ગોરિલા
Gorilla

# પાળતું પ્રાણીઓ
# Pets

કેનેરી
Canary

ગિની પીગ
Guinea Pig

✦ દેડકો તેનાં ચામડી અને ફેફસાં બંને દ્વારા શ્વાસ લઈ શકે છે!
✦ *A frog can breathe through its skin as well as its lungs!*

દેડકો
Frog

હેમસ્ટર
Hamster

ગોલ્ડફિશ

Goldfish

કૂતરો

Dog

✦કેટલાક પોપટ શબ્દો ની નકલ કરી શકે છે અને માનવ ની જેમ હાસ્ય કરી શકે છે!

✦*Some parrots can copy words and even laugh like a human!*

બિલાડી

Cat

પોપટ

Parrot

# ખેતરના પ્રાણીઓ
# Animals at the Farm

ગાય

Cow

ફૂકડો

Chicken

બતક

Duck

ઘેટું

Sheep

ઘોડો

Horse

ડુક્કર
Pig

સસલું
Rabbit

લામા
Llama

✦બકરો ઊંચા પથ્થરો અને વૃક્ષો પર
પણ ચડી શકે છે!

✦*A goat can climb steep rocks
and even trees!*

બકરો
Goat

મોર
Peacock

ટર્કી
Turkey

# પાણીમાં રહેતા પ્રાણીઓ
# Animals in Water

પરવાળું
Coral

ઓક્ટોપસ
Octopus

ડોલ્ફિન
Dolphin

જેલીફિશ
Jellyfish

✦ઓક્ટોપસ પાસે ત્રણ હૃદય હોય છે અને (શત્રુઓથી) છુપાવા માટે (પોતાનો) રંગ બદલી શકે છે!

✦*An octopus has three hearts and can change colors to hide!*

સીહોર્સ
Seahorse

શાર્ક
Shark

લોબસ્ટર
Lobster

વૉલરસ
Walrus

✦લોબસ્ટર નું રક્ત
વાદળી હોય છે.
✦*A lobster has blue blood.*

✦પાણીની અંદર ડાઇવ કરતી વખતે, સીલ
30 મિનિટ સુધી શ્વાસ રોકી શકે છે!
✦*A seal can hold its breath for
30 minutes while diving underwater!*

સીલ
Seal

કેકડો
Crab

# આકાશમાં ઉડતા પ્રાણીઓ
# Animals in the Sky

લક્કડખોદ
Woodpecker

સમુદ્રી પક્ષી
Seagull

✦શ્યેન આકાશ માં ઉચ્ચાઈ થી નાનકડા ઉંદર ને જોઈ શકે છે!

✦*A hawk can spot a tiny mouse from high up in the sky!*

સમડી
Eagle

કબૂતર
Pigeon

બાજ
Hawk

મચ્છર
Mosquito

ડ્રેગનફ્લાય
Dragonfly

✦પૃથ્વી પરના સર્વ પ્રથમ કીટકોમાં ડ્રેગનફ્લાયનો સમાવેશ થાય છે, તે ડાયનાસોર કરતાં પણ પહેલાં દેખાય હતી!

*✦A dragonfly was one of the first insects on Earth, even before dinosaurs!*

મધમાખી
Bee

પતંગિયું
Butterfly

લેડીબગ
Ladybug

# જમીન પર રહેતા પ્રાણીઓ
# Animals on Land

તીડ
Grasshopper

સાપ
Snake

✦સાપ નાકના બદલે જીભથી સુંઘે છે!

✦*A snake smells with its tongue instead of its nose!*

એન્ટઈટર
Anteater

કીડો
Worm

ઈયળ
Caterpillar

બેજર
Badger

શાહુડી
Porcupine

ગ્રાઉન્ડહોગ
Groundhog

✦જો છિપકલી તેની પૂંછડી ગુમાવે તો નવી પૂંછડી ઉગાડી શકે છે!
✦*A lizard can grow a new tail if it loses one!*

ગરોડી
Lizard

કીડી
Ant

# જાદુઈ પ્રાણીઓ
# Magical Animals

એકશૃંગી
Unicorn

પેગાસસ
Pegasus

ડ્રેગન
Dragon

જલપરી
Mermaid

# જંગલી બિલાડીઓ
# Wild Cats

પ્યુમા
Puma

સિંહ
Lion

ચિત્તો
Cheetah

✦ચિત્તો જમીન પરનું સૌથી ઝડપથી દોડતું પ્રાણી છે.

✦*A cheetah is the fastest animal on land.*

લિંક્સ
Lynx

કાળો ચિત્તો/
પેંથર
Panther

મોટા પ્રાણીઓ
Big Animals
વ્હેલ
Whale
વૉલરસ
Walrus
ભેંસ
Buffalo
શાહમૃગ
Ostrich
હિપોપોટેમસ
Hippopotamus
બાઇસન
Bison

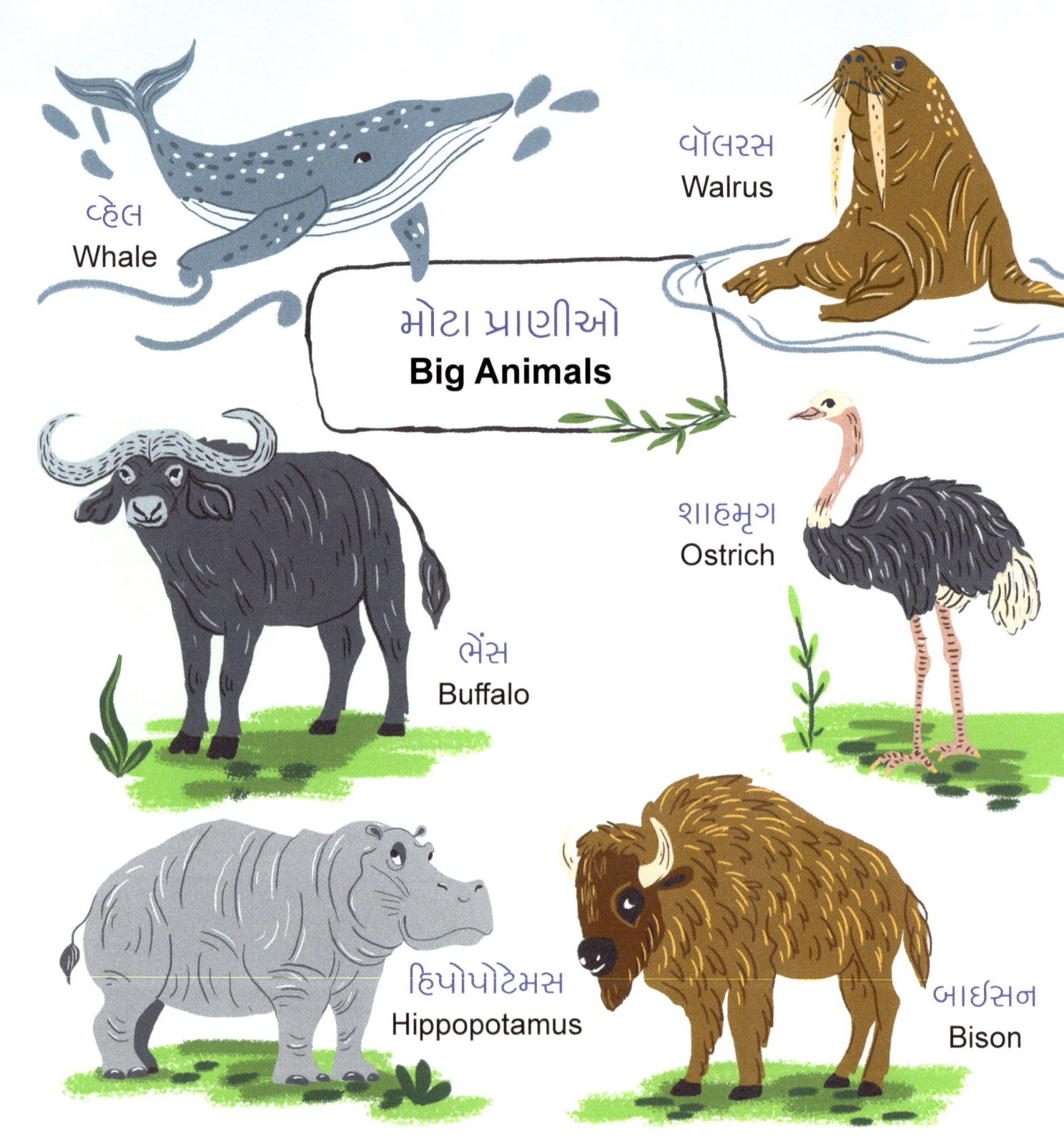

# નાનાં પ્રાણીઓ
# Small Animals

કાચંડો
Chameleon

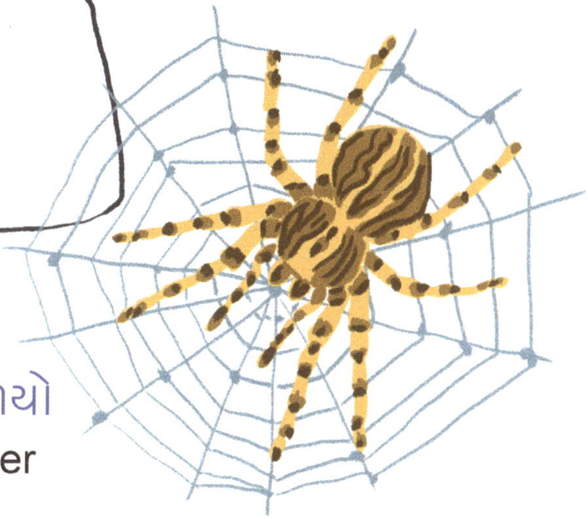

કરોળિયો
Spider

✦શાહમૃગ સૌથી મોટું પક્ષી છે, પણ તે ઉડી નથી શકતું!
✦*An ostrich is the biggest bird, but it cannot fly!*

મધમાખી
Bee

✦ગોકળગાય તેની પીઠ પર પોતાનું ઘર લઈને બહુ ધીમે ચાલે છે.
✦*A snail carries its home on its back and moves very slowly.*

ગોકળગાય
Snail

ઉંદર
Mouse

# શાંત પ્રાણીઓ
# Quiet Animals

લેડીબગ
Ladybug

કાચબો
Turtle

♦ કાચબો જમીન પર અને પાણીમાં બંને જગ્યાએ રહી શકે છે.
♦ *A turtle can live both on land and in water.*

માછલી
Fish

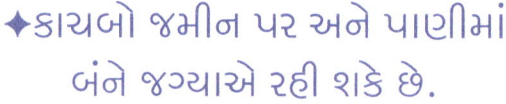

ગરોળી
Lizard

# અવાજવાળા પ્રાણીઓ
# Loud Animals

ગધેડો
Donkey

કૂકડો
Rooster

દેડકો
Frog

વરુ
Wolf

હાયના
Hyena

# ધ્રુવીય પ્રાણીઓ
# Polar Animals

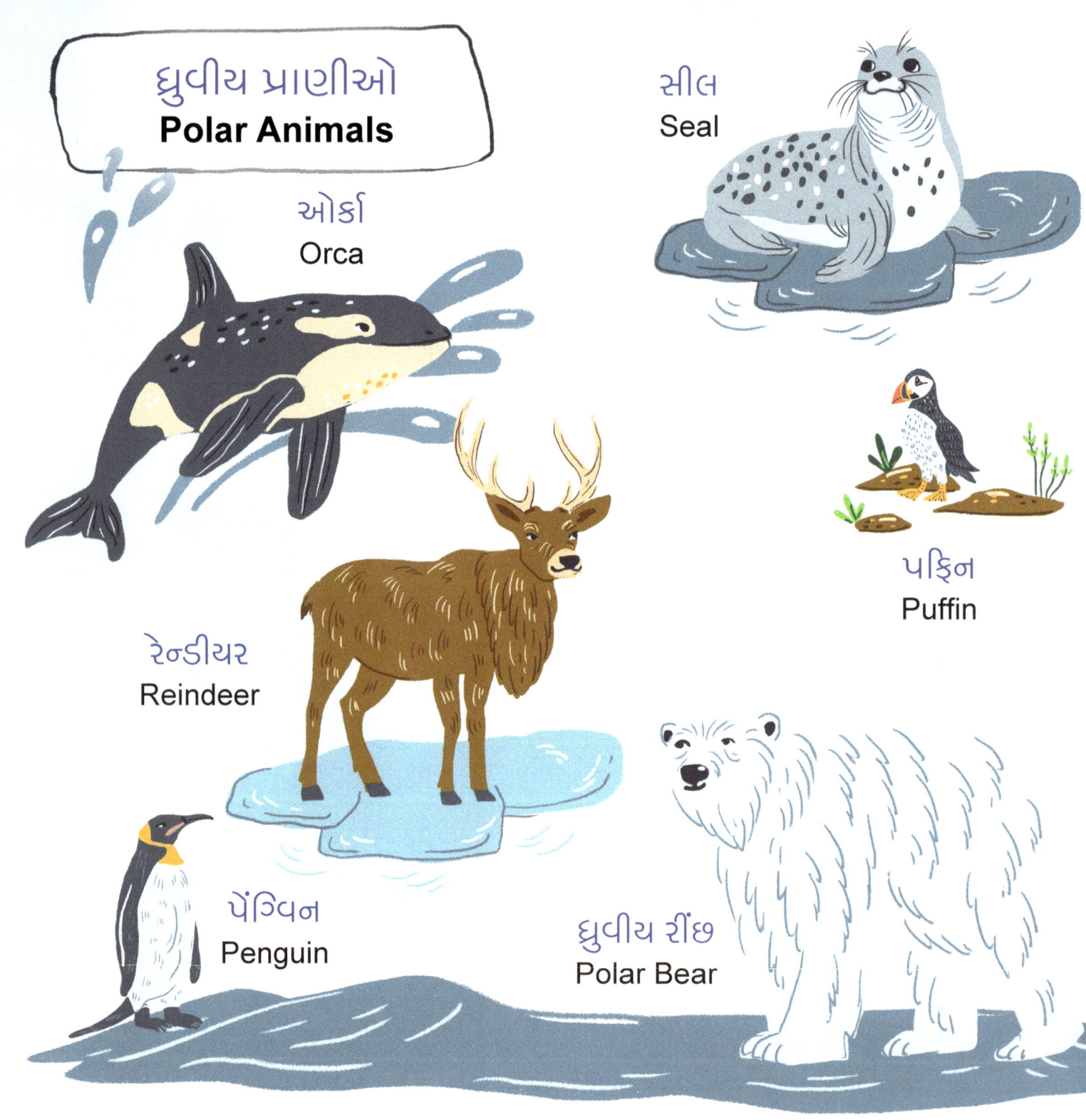

# જંગલના પ્રાણીઓ
# Jungle Animals

ઓરંગઉટાન
Orangutan

કાળો ચિત્તો/
પેંથર
Panther

ટુકન
Toucan

ગોરિલા
Gorilla

ઇગુઆના
Iguana

એનાકોન્ડા
Anaconda

સ્લોથ
Sloth

# રાત્રિના પ્રાણીઓ
# Nighttime Animals

જગિયા
Firefly

બેજર
Badger

ક્િવી પક્ષી
Kiwi Bird

દીપડો
Leopard

હેજહોગ
Hedgehog

ઘુવડ
Owl

ચામાચીડિયું
Bat

✦ઘુવડ રાત્રે શિકાર કરે છે અને ખોરાક શોધવા માટે તેની સાંભળવાની શક્તિનો ઉપયોગ કરે છે!
✦*An owl hunts at night and uses its hearing to find food!*

✦જગિયા રાત્રે ચમકે છે અન્ય જગિયા શોધવા માટે.
✦*A firefly glows at night to find other fireflies.*

રેકૂન
Raccoon

ટરેન્ટુલા
Tarantula

# રંગીન પ્રાણીઓ
# Colorful Animals

**ફ્લેમિંગો ગુલાબી છે**
A flamingo is pink

**ઘુવડ ભૂરો છે**
An owl is brown

**હંસ સફેદ છે**
A swan is white

**ઓક્ટોપસ જાંબલી છે**
An octopus is purple

**દેડકો લીલો છે**
A frog is green

✦ દેડકો લીલો છે, તેથી તે પાંદડાં વચ્ચે છુપાઈ શકે છે.
✦ *A frog is green, so it can hide among the leaves.*

ધ્રુવીય રીંછ સફેદ છે
A polar bear is white

શિયાળ નારંગી છે
A fox is orange

કોઆલા રાખોડી છે
A koala is grey

કાળો ચીતો કાળો છે
A panther is black

પક્ષીનું બચ્ચું પીળું છે
A chick is yellow

# પ્રાણીઓ અને તેમના બાળકો
## Animals and Their Babies

### ગાય અને વાછરડું
Cow and Calf

### બિલાડી અને તેનું બચ્ચું
Cat and Kitten

### મરઘી અને તેનું બચ્ચું
Chicken and Chick

✦મરઘીનું બચ્ચું ઈંડામાંથી નીકળે તે પહેલાં પણ તેની માતા સાથે વાત કરે છે.
✦A chick talks to its mother even before it hatches.

### કૂતરો અને કુરકુરિયું
Dog and Puppy

પતંગિયું અને ઈયળ
Butterfly and Caterpillar

ઘેંટું અને તેનું બચ્ચું
Sheep and Lamb

ઘોડો અને બચ્ચું
Horse and Foal

ડૂક્કર અને ડૂક્કરનું બચ્ચું
Pig and Piglet

બકરો અને બચ્ચું
Goat and Kid

www.ingramcontent.com/pod-product-compliance
Lightning Source LLC
LaVergne TN
LVHW072100060526
838200LV00061B/4781